മിഴികൾ
പറഞ്ഞത്

AF518805

Bodhi Books
Pathiyoor P.O., Kayamkulam
Alappuzha - 690508, Kerala, India
E-mail: bodhibooks03@gmail.com
Tel: +91 9447304886

MIZHIKAL PARANJATHU
by **Shine Pathiyoor**
Poems / Malayalam

First Published by Bodhi Books: October, 2023

Typesetting: Bodhi Books
Cover & Book Design:
Chembarathi Creatives, Kottayam

ISBN: 978-81-959646-6-6

Price **Rs.** 150
Production No. B-B-159-1-50-10-23

Rights @ Author

No Part of this publication may be re produced
or transmitted in any form or by any means,
without any prior written permission
of the author or publisher

Printed and bound in India by
Repro Mumbai

മിഴികൾ പറഞ്ഞത്

ഷൈൻ പത്തിയൂർ

ബോധി ബുക്സ്
കായംകുളം - 690 508

പ്രസാധകക്കുറിപ്പ്

ലോകത്തോടെന്തെങ്കിലും പ്രത്യേകമായി പറയാനുണ്ടാവുമ്പോഴാണ് മനുഷ്യനു ഭാഷയും മാധ്യമവും ആവശ്യമായി വരുന്നതെന്ന് നന്നായി മനസ്സിലാക്കിയിട്ടുള്ള ആളാണ് ഷൈൻ പത്തിയൂർ. മിഴികൾ പറയുന്നത് എന്ന ഈ പുസ്തകംതന്നെ അതുനന്നായി തെളിയിക്കുന്നുണ്ട്. കവിതയാണ് അദ്ദേഹത്തിന്റെ മാധ്യമം. പറഞ്ഞു പഴകിയ ഇതിവൃത്തങ്ങൾ പോലും തന്റേതായ ഭാഷയിൽ തന്റേടത്തോടെ അവതരിപ്പിക്കാൻ ഷൈൻ ശ്രമിക്കുന്നു. അതിന്റെ വിജയവും പരാജയവും നിശ്ചയിക്കുന്നത് ആസ്വദകരാണ്. എന്നാൽ, ഹൃദയനിർഭരമായി സത്യസന്ധതയോടെ തന്റെ കാഴ്ചകളെ ബിംബവിവൽക്കരിക്കാനാണ് കവി ശ്രമിക്കുന്നത്. അനേക ശബ്ദങ്ങൾക്കിടയിൽ ഒരു ശബ്ദമായല്ല, വേറിട്ട, ഒറ്റപ്പെട്ട, ശബ്ദമാണ് തന്റേതെന്ന് 'മിഴികൾ' പറഞ്ഞുറപ്പിക്കുന്നു. ബോധി ബുക്സ് അഭിമാനത്തോടെ കവിയെ മലയാളത്തിനു പരിചയപ്പെടുത്തുന്നു.

ഷൈൻ പത്തിയൂർ

ആലപ്പുഴജില്ലയിൽ കായംകുളം പത്തിയൂർക്കാല ഗോവിന്ദവിഹാറിൽ കെ. ജി. പുരുഷോത്തമന്റെയും പരേതയായ സരസ്വതിയുടെയും മകനായി ജനിച്ചു.

രാമപുരം ഗവൺമെന്റ് ഹൈസ്കൂൾ,ടി.കെ.എം.എം കോളജ് നങ്ങ്യാർകുളങ്ങര എന്നിവിടങ്ങളിൽ വിദ്യാഭ്യാസം.

സ്വകാര്യ സ്ഥാപനത്തിൽ ജോലി ചെയ്യുന്നു.

സവിത (സഹോദരി), വിബിൻ (സഹോദരൻ).

ഭാര്യ: രമ്യ

മക്കൾ:ആദിൽ,ആഷിത്, അഭിനവ്, ആരതി

വിലാസം:
ഗോവിന്ദ വിഹാർ, പത്തിയൂർക്കാല, കീരിക്കാട് പി.ഒ,
കായംകുളം: 6905 08. ഫോൺ: 8129708507

മുഖമൊഴി

സമകാലിക വിഷയങ്ങളിൽ നിന്നും പ്രചോദനം ഉൾകൊണ്ടാണ് എഴുതിത്തുടങ്ങിയത്. സമകാലികരെ വായിച്ചപ്പോൾ കവിതയെക്കുറിച്ചുള്ള ധാരണയ്ക്കു വ്യക്തതയും ദിശാബോധവും കൈവന്നു. പ്രകൃതിയേയും മനുഷ്യഹൃദയങ്ങളേയും ആഴത്തിൽ അടുത്തറിഞ്ഞ് എഴുതാനുള്ള പരിശ്രമമായി പിന്നീട്. വിജയവും പരാജയവും തീരുമാനിക്കേണ്ടത് വായനക്കാരാണ്.

ഈ കാലഘട്ടത്തിലെ കപട രാഷ്ട്രീയ നിലപാടിനും, വർണ്ണവിവേചനത്തിനും, ഭീകരതക്കുമെതിരെ അക്ഷരങ്ങളാൽ തീർത്ത പ്രതിഷേധത്തിന്റെ തീജ്വാലകളും മിഴികൾ പറഞ്ഞതിൽ ഉള്ളടങ്ങിയിരിക്കുന്നു.

ജീവിത സംഘർഷങ്ങൾക്കിടയിൽ പലപ്പോഴായി കുറിച്ചിട്ട വരികൾ ഇപ്പോൾ പുസ്തകമായി നിങ്ങളുടെ കൈകളിൽ എത്തിയിരിക്കുന്നു.ഇതെന്റെ ആദ്യപുസ്തകമാണ്. നവമാധ്യമങ്ങളിലൂടെ സുഹൃത്തുക്കൾ വായിക്കുകയും അഭിപ്രായങ്ങൾ അറിയിക്കുകയും ചെയ്തവയാണ് ഇവയിൽ അധികവും. പ്രോത്സാഹിപ്പിച്ചവരെയും വിമർശിച്ചവരെയും മറക്കുന്നില്ല.

എന്റെ എഴുത്തിനു പ്രോത്സാഹനമായി സദാ കൂടെയുള്ള കുടുംബാംഗങ്ങൾക്കും, പ്രത്യേകിച്ചും സഹധർമ്മിണി രമ്യ, മക്കൾ അച്ഛനമ്മമാർ സുഹൃത്തുക്കൾ എന്നിവർക്കും എന്റെ വരികൾക്ക് സംഗീതം നൽകുകയും ആലപിക്കുകയും ചെയ്ത പ്രിയപ്പെട്ട രതീഷ് പ്രണവത്തിനും പുസ്തകത്തിന്റെ പ്രസാധനമേറ്റെടുത്ത് ഒപ്പം നിന്ന ബോധി ബുക്സിനും ഹൃദയത്തിൽ തൊട്ട് നന്ദി അറിയിക്കുന്നു.

ഇതെന്റെ രക്തം,
ഇതെന്റെ മാംസം,
ഇത് നിങ്ങൾക്കായി-
എടുത്തുകൊൾക..

സ്നേഹത്തോടെ,

ഷൈൻ പത്തിയൂർ

കൃഷ്ണസ്തുതി

മധുരാപുരിവാഴും യശോദാതനയാ കണ്ണാ
പരിഭവമിനിയരുതേ
നിൻമുരളിയിൽ നിന്നുതിരും പ്രണയ സംഗീതം കേട്ടു
പ്രിയരാധതൻമനം അനുരാഗലോലമായ്
കാളിന്ദിതീരത്ത് ഗോക്കളെമേയ്ച്ചുനീ
ആനന്ദ നടനമാടുമ്പോൾ
കാനനമാകെയലയടിച്ചെത്തിടും കാറ്റേറ്റ്
മാരിവിൽതൂമഴപെയ്യിക്കും
കാർമുകിൽമാലക്കും നിന്നോട്പ്രണയം
നിൻപാദപുണ്യം പുളകിതയാംഭൂവിൽ
പുൽനാമ്പായി പിറന്നിരുന്നെങ്കിൽ ഞാൻ
ജന്മാന്തരങ്ങൾചെയ്തൊരു പാപങ്ങൾ
നിൻപാദസ്പർശത്താൽ
പുണ്യമായ്ത്തീർന്നേനെ

ആകസ്മികം

ജീവിതത്തിൽ യാത്രകൾപൊതുവെ
അപ്രതീക്ഷിതമാണ്
പ്രണയമൊരനുഭവമല്ല മറിച്ചൊരനുഭൂതിയെന്ന്
തോന്നിയനിമിഷം
കുളിരുള്ളസായന്തനത്തിൽ വീശിയ
തണുത്തകാറ്റിൽ അവൾക്ക്
അത്തറിന്റെ ഗന്ധമായിരുന്നു
ഒരിക്കലും സ്വന്തമാകില്ലന്നറിഞ്ഞുകൊണ്ട്
നിലാവിനെ പ്രണയിച്ച നിശാഗന്ധിയെപോൽ.
ഈയാത്രക്ക് ഒരവസാനമുണ്ടാവരുതെന്നാശിച്ച നിമിഷം
സ്വപ്നംകാണാൻ കരം ഒടുക്കേണ്ടാത്ത
ലോകത്ത് അവനുപേര് സ്വപ്നജീവി.

പെണ്ണ്

പാണൻ പാടിയപാട്ടുകളിൽ അവൾക്ക്
ധീരവനിതയുടെ പരിവേഷമായിരുന്നു
പുരാതനക്ഷേത്രങ്ങൾ അവളെ ഒരു
ദേവതയെപോൽ ആരാധിച്ചു
പുരാണങ്ങളിൽ അവൾക്ക്
കുലസ്ത്രീയുടെ പരിവേഷം കൽപിച്ചു നൽകി
കവികൾ അവൾ അബലയല്ല
അഗ്നിയെന്ന് പാടിപുകഴ്ത്തി
സ്വപ്നത്തിൻ വർണ്ണ ചിറകേറി
ഉയരങ്ങളെത്തിപ്പിടിക്കുവാൻ വെമ്പുന്നമനസ്സുകൾ
ബന്ധങ്ങളുടെ ബന്ധനത്തിലുഴറി
കാലം കൽപ്പിച്ചുനൽകിയ അരുത് എന്ന
അതിരുകൾക്കുള്ളിൽ ജീവിതം ഹോമിച്ചവൾ...

പൊയ്മുഖം

രാമരാജ്യം സ്വപ്നത്തിൽ കാണാം
സ്ത്രീത്വത്തെ തെരുവീഥിയിൽ ഭോഗിക്കാം
പാതിവൃത്യത്തിൽ കളങ്കം ചാർത്താം
നഗ്നയാക്കി വിലപേശാം
ഭ്രൂണത്തെ ശൂലത്തിൽ കൊരുത്ത്
താണ്ഡവനൃത്തം തുടരാം
ഫാസിസത്തെ തിരികെ വിളിക്കാം
ജന്മിത്വത്തിന് വളമായ് ഭവിക്കാം
തീറ്റ കൊടുത്തു വളർത്തിയ മൃഗത്തെ
ഭോജനത്തിന് തീൻമേശയൊരുക്കാം
ഇരകൾ പലതു-മാറി വരുമ്പൊഴും
വേട്ടക്കാർ അവർ തന്നെ..

തീവണ്ടി

ഈ യാത്രയുടെ അവസാനമെവിടെ,
നീ പറയുമോയെൻ പ്രിയസതീർത്ഥ്യ
ഈ പുഴകളും കുന്നും മലകളും താണ്ടി
ഈ പുകവണ്ടിയിനിയെത്ര ദൂരം..

കാലമേറെയായ് ഭാരം ചുമന്നുനീ
കാതമേറെമെടിയില്ല താണ്ടിടാൻ
ജീവിതത്തിൻ വിഴുപ്പുചുമന്നിടും
ഞാനും നീയും ഒരേസഹയാത്രികർ

നീ കടന്നുപോയീടുന്ന വീഥിയിൽ
പുതുപുത്തൻ പ്രതീക്ഷതൻ നാമ്പുകൾ
ചില്ലുടഞ്ഞുതകർന്നൊരീ ഹൃത്തടത്തിൻ
മോഹഭംഗവും ശോകമൂകാന്തരങ്ങൾ..

ഇല്ലനേരം നിനക്കായികാത്തിടാൻ
ഏറെദൂരങ്ങൾ താണ്ടേണ്ടതുണ്ടിനി
കാരമുള്ളുവിതാനിച്ചപാതകൾ ജീവിതത്തിന്റെ
സുന്ദരവീഥികൾ.

ലക്ഷ്യം ഓടിഅണയുവാനുള്ള വേഗം
ഇല്ല ഞാനൊരു മാനുഷ്യജന്മമല്ലോ
ഉള്ളിലഗ്നിഭുജിച്ചു വിഷപ്പുകതുപ്പി
അട്ടഹാസത്തിന്റെ കാഹളംഊതിയൊരു
അശ്വമായി നീ കുതിപ്പൂ....

മാരീചൻ

കാറ്റിന് കരിഞ്ഞ മൃതത്തിൻഗന്ധം
കൂട്ടിന് ഹൃദയംപിളർക്കും തേങ്ങലിൻ
ഈണവും മിഴികളിൽ ഭ്രമമുളവാക്കി സ്ത്രീത്വം
കവർന്ന സ്വർണ്ണമാനിനെപോൽ
പ്രണയമെന്ന ദിവ്യാനുഭൂതിയിൽ പ്രതികാരത്തിൻ
വിരഹവും , മരണവും ചാലിച്ച്
നീ തീർത്ത കരുതലിൻ കവചങ്ങൾ
തകർത്തെറിയാൻ അവൻ ആർജിച്ച കരുത്ത്
ഇനി നിന്റെ മിഴിയിലെ
സ്ത്രൈണതക്കുള്ളിലെ രൗദ്രഭാവത്തിന്ന്
പുതു ജീവനേകുക
മതഭ്രാന്ത് തീർത്ത മസ്തിഷ്കജ്വരത്തിന്
പ്രതിവിധി രുധിരപാനമത്രെ.

ചേകവൻമാരുടെ നാട്

വിപ്ലവം കുരുത്ത മണ്ണിൽ
മാറ്റത്തിന്റെ ശംഖൊലി
തീയിൽ കുരുത്ത മനസ്സുകളിൽ
ഇൻക്വിലാബിൻ ഇടിമുഴക്കം
ചുവപ്പിനെ പ്രണയിച്ച നാവുകളിൽ
ലാൽസലാം മന്ത്രധ്വനിമുഴക്കം
വിണ്ണിനെ കോരിതരിപ്പിക്കുമാറ്
ചെങ്കൊടി കൈകൾ
ചുവന്ന ചക്രവാളങ്ങൾക്ക്
പ്രകൃതിക്ക് പറയുവാനേറെയുണ്ട്
ധീര രക്തസാക്ഷികൾ
സഖാക്കൾ തൻ ത്യാഗത്തിൻ കഥ

പുണ്യവതി

അമ്മയെന്ന വാക്കിലെ ഉൺമ തിരയാം
മനസിനുള്ളിലെ സ്നേഹപരപ്പ് തിരയാം
നിന്റെ കുഞ്ഞിളംമേനിയിൽ മുള്ളു കൊള്ളുമ്പോൾ
ഉള്ളംപിടപ്പതിൻ പൊരുൾതിരയാം .
അകലെ നീ പോയ് വരും നേരങ്ങളിൽ
മനസ്സ് കനൽനീറ്റിടുന്നതിൻ നേരു തിരയാം
അമ്മ നിനക്കായ് ഒഴുക്കിയമിഴിനീരിൻ
ഉള്ളിലെഉപ്പിൻ ചവർപ്പ് തിരയാം
നിന്റെസിരകളിൽ പ്രാണനായ്ഒഴുകും
മുലപ്പാലിനമൃതിൻകണങ്ങളെ ഇനി തിരയാം
യുവതയുടെ കൺകളിൽ ഭാരമായ്മാറി
ചോദ്യശരമുതിർക്കുന്നൊരീ നാവ് തിരയാം .
മർത്യാ എവിടയാണമ്മമനസ്സുകൾ ചൊൽകനീ...
അകലയാ ശരണാലയത്തിന്റെ തഴുതിട്ട
ജാലകപഴുതിലൂടെ അകലേക്ക്
മിഴിനട്ടിരിക്കയാണ് അമ്മ

ചിന്ത

കദനത്തിൻ കടൽ തിരമാലകളിൽ
മനസ്സൊരു കടലാസ് തോണിപോൽ
കടിഞ്ഞാൺ നഷ്ടമായൊരു
അശ്വത്തെപ്പോൽ ദിനരാത്രങ്ങൾ
അലയുകയാണ് മനസ്സ് ഭ്രാന്തമായ്
അറിവിന്റെ അഴലാഴങ്ങളിൽ ഊളിയിട്ട്

വീണ ഇടം

അമ്മയെ തല്ലിയാൽ രണ്ടുണ്ട്പക്ഷം
ഇത് കാലത്തിൻദുർവിധി
വൈദ്യശാസ്ത്രത്തിൽ
പ്രതിരോധത്തിന്റെ യേടുകൾ
സസൂക്ഷ്മം നിരീക്ഷിച്ച മിഴികൾ
കപടതയുടെ മുഖം വെളിപ്പെടുത്തിയ
നാവിനെപഴിച്ച ജന്മം
ഇനി മിഴിനീരിൽ കുതിർത്ത
അനുശോചനങ്ങൾ
സാന്ത്വനത്തിന്റെ വിറയാർന്ന കരസ്പർശം
സ്വയം പ്രതിരോധം തീർക്കാനുള്ള
മതിലുകൾ
ആത്മാവ് ചിരിക്കയാണ്
വീണിടം വിഷ്ണുലോകമാക്കാനുള്ള
നിന്റെ കഴിവിനെയോർത്ത്

ഭീകരതയുടെ നേർക്കാഴ്ച

ഭീതി കരിനിഴൽവീഴ്ത്തിയ ഉന്നാവയുടെ
മിഴികൾ കാരുണ്യം തേടുന്നു
പ്രണയിച്ചതും പരിഭവിച്ചതും ഭോഗിച്ച്
തെരുവിൽ വലിച്ചെറിഞ്ഞതും നീതന്നെ മർത്യാ
ലാളനത്തിനായ് കരങ്ങൾനീട്ടിയ
പിഞ്ചുമനസ്സുകളെ കാമാഗ്നിയിൽ
ചുട്ടുഭക്ഷിച്ചതും നീതന്നെ
അറവുകാരനെ നരബലി നടത്താൻ
പ്രാപ്തനാക്കിയ നിയമവും നിയമപാലകരും
പ്രജകൾ കനൽതിന്ന് വിശപ്പടക്കുമ്പോൾ
കരുത്തനെന്ന് സ്വയംവാഴ്ത്തുന്ന രാജാവ്
സ്ത്രൈണമനസ്സുകൾ ശൗര്യമാർജിക്കേണ്ട
ആവശ്യകത കരഞ്ഞു തീർത്ത മിഴികളിൽ
തീക്കനൽപാറിച്ചു ഒരു കുലത്തെ
ചുട്ടരിക്കാൻ കെൽപ്പുള്ളവൾ
സ്വയംതീർത്ത ചിതക്കുള്ളിൽ
എരിഞ്ഞടങ്ങുന്നു

ലോറൻസ് പറഞ്ഞത്

മനുഷ്യാ ഞാൻ ഉറക്കത്തിലാണ്
ഗാഢനിദ്രയിൽ
അറിയാതെയെങ്കിലും നിന്റെ
കരസ്പർശമേറ്റ കൊടുംവിപത്ത്
ഇനിയെനിക്ക് പിൻമുറക്കാരെത്രപേർ
നീയെന്ന കരിപുകയേറ്റണഞ്ഞത്
നൂറുപ്രതീക്ഷകളുടെ തിരിനാളം
ശ്വാസമില്ലാതെയെൻ ദേഹിപിടയുമ്പൊഴും
ആർത്തലക്കുന്നു കാതുകളിൽ നിലവിളികൾ
ഇനിനിനക്ക് നിന്റെ പ്രതിക്ഷേധാഗ്നി
ആളികത്തിക്കാൻ ഞാനൊരു വിറകുകൊള്ളി
വാപൂട്ടിയ സാംസ്കാരികനായകർക്ക്
വായതുറക്കാം
ഞാനെന്നഇരയെ തിന്നുവീർത്ത
കുമ്പയുമായി കൊടിപിടിക്കാം
കാരണം ഞാനല്ലോ ബ്രഹ്മപുരത്തെ
രക്തസാക്ഷി

വിപ്ലവ സൂര്യൻ

ചങ്കിലെ ചെങ്കനലൂതിഉലയാക്കി
നെഞ്ചുറപ്പോടെ ഉദിച്ചസൂര്യൻ
ചക്രവാളങ്ങൾ ചുവന്നു മർത്ത്യർതൻ
ചിത്തത്തിലാകയും മാറ്റംവിതച്ചവൻ
മാറ്റമില്ലാത്തൊരാ ചട്ടങ്ങൾമാറ്റിടാൻ
മാർക്സിസം എന്ന പടവാളേന്തിയോൻ
ഇന്നലെപെയ്ത മഴയിൽകുരുത്തൊരു
ജന്മിത്തവും ജാതിഭ്രഷ്ടുമെല്ലാം
ഉള്ളിലെ തീവ്രമാംചിന്താധാരകൾ
ചെന്നിണത്താൽ സ്ഫുടം ചെയ്തിടുവോൻ
പിന്നിട്ടവീഥികൾ മനസ്സുകളിൽ മാറ്റത്തിൻ
ചിന്തതൻ മാറ്റൊലികൾ തീർത്തസൂര്യൻ
മർത്ത്യർതൻ ചിന്തകളിൽ നീ കോറിയിട്ടൊരു
മാർക്സിസം എന്ന മിന്നൽപിണറുകൾ
ഫാസിസത്തിൻ കൽതുറങ്കുകൾ ഭേദിച്ചൊരായിരം
ചിത്തത്തിനാവേശമായ്
സത്യധർമ്മങ്ങൾ തൻപാതയിൽ പൊലിഞ്ഞൊരീ
രക്തതാരകങ്ങൾ സാക്ഷിനിർത്തി
നീയെൻ കരങ്ങളിലേകിയ ചെങ്കൊടി
നീയെനിക്കേകിയ പാർട്ടിസൂക്തങ്ങൾ
തൻ ആർജവത്താൽ മുന്നേറീടുക

നഗ്നനേത്രം

സർവ്വവും വെട്ടിപിടിച്ച്
കാൽചുവട്ടിലാക്കാൻ സമ്പത്ത്നേടാൻ
പരസ്പരം കലഹിച്ചും പരിഭവിച്ചും
മനസ്സിനെ നെരിപ്പോടാക്കി സ്വയം
വെന്തുരുകിയമനുഷ്യാ നിനക്കുപേര് സമ്പന്നൻ
അരച്ചാൺവയർ നിറയ്ക്കാൻ
തെരുവീഥികൾതെണ്ടി
മധുരസ്വപ്നങ്ങൾകണ്ട്
അഴുക്ക്ചാലുകളിലുറങ്ങിയ
നിനക്ക്പേര് ദരിദ്രൻ
സ്ത്രീയെ ഭോഗവസ്തുവായികണ്ട്
തെരുവീഥിയിൽ വിൽപ്പനച്ചരക്കാക്കിയവന്റെ രോദനം
സുഖഭോഗങ്ങൾ തേടിയ കുലസ്ത്രീകളുടെ അടിവയർ
ജാരാധമംകൊതിക്കുമ്പോൾ
ഇവിടെ അഭിനവവാസവദത്തമാർ
പുനർജ്ജനിക്കുന്നു

വിപ്ലവകാരി

ആയിരംസൂര്യപ്രഭയോടെ അച്ചുതൻ
താണ്ടിയ സമരപഥങ്ങളിന്നേറെയാണ്
ആരുടെനേർക്കും ശിരസു
നമിക്കാത്തൊരാദർശ ധീരനാണെൻ സഖാവ്
നടന്നേറിയ ദുർഘടവീഥികളിൽ
പതറീടാതെ ചെങ്കതിർ കൊയ്തെടുത്തോൻ
വിപ്ലവത്തിന്റെമണ്ണിൽ പിറന്നസൂര്യൻ
അസ്തമിക്കാത്ത സാമ്രാജ്യം തീർത്തീടുവോൻ
ആയിരങ്ങൾക്ക് നെഞ്ചിലൊരാവേശമായ്
നേർവഴികാട്ടി നടന്നീടുവോൻ
ഫാസിസത്തിൻ പോർമുഖങ്ങളെതാണ്ടി
വിപ്ലവത്തിൻചെങ്കടൽ തീർത്തീടുവോൻ
ആയിരം രക്തസാക്ഷിത്വങ്ങൾതൻ
ത്യാഗംവിളിച്ചോതിടും ചെങ്കൊടികൾ
ആരുംകൊതിച്ചിടും ആർജവത്തോടെ
നിൻപേര് ചൊല്ലി സഖാവെന്ന് വിളിച്ചിടാൻ
നീയാണ് യുവതയുടെചിന്തകളിൽ
വിപ്ലവത്തിന്റെ ചെങ്കനൽകാറ്റായതും

ജിഹാദി

മതം വിൽപ്പനചരക്കാക്കി വിദ്വേഷം
വിലക്കെടുത്തു തീവ്രവാദം വളർത്തിയവർ
അന്ധംമായമതവിശ്വാസം മനുഷ്യമനസ്സിൽ
ഞാനെന്നഭാവം വളർത്തിയകാലം
വാക്കുകൾക്ക്പകരം വാളുകൾകൊണ്ട്
കഥപറഞ്ഞനിമിഷം
ആത്മബന്ധത്തിലും പ്രണയത്തിലും
ചതികുഴികൾതീർത്ത് മനസ്സുകൾ
നിശയിൽ തെരുവോരത്ത്ഉയരുന്ന
ദീനരോദനങ്ങളും ,അലമുറകളും.
മതഭ്രാന്ത് പൂക്കുംനിലങ്ങളിൽ
വിത്ത് വിതച്ച് നൂറുമേനികൊയ്ത
കാലൻചിരിക്കുന്നു

മാറ്റം

മഴമൊത്തിയ നാണമോടെ
പുതുമണ്ണിൻ ഗന്ധമേറ്റ്
കുളിരേകിയ തെന്നലിൻചിറകിലേറി
ഒരുകുഞ്ഞു ശലഭംപോൽ
പൂക്കളിൻ തേൻനുകർന്നും
പരിഭവംചൊരിഞ്ഞും
ഒരു നവവധുവിന്റെ ചേലോടെധരിത്രി

കുമ്പസാരം

പ്രണയമായിരുന്നത്ര എനിക്കെന്നും അവളോട്
അവളറിയാത്ത നിറഞ്ഞപ്രണയം
മിഴികളിൽമിഴിനട്ട് പറയാതെപറഞ്ഞ നിമിഷങ്ങൾ
ഒരിക്കൽ സ്വന്തമാകുമെന്ന വ്യർഥമോഹങ്ങൾ
മരണംപുണരാറായി പെണ്ണേ
ഇനിയെങ്കിലും നിന്റെമനസ്സൊന്നു തുറക്കൂ
നിമിഷങ്ങളുടെ തോണിയിലേറി
യുഗങ്ങൾസഞ്ചരിച്ച മനസ്സേ
പട്ടടയുടെപടിക്കൽ മിഴിനീരുതിർത്ത
നിന്റെപശ്ചാത്താപത്തിന്റെ കുമ്പസാരം

ചക്രം

നിനച്ചിരിക്കാതെയെന്നെകൂട്ടികൊണ്ടു
പോകാൻ വന്നമരണമേ
എന്റെവരവ് പ്രതീക്ഷിച്ചനേകം
മനസ്സുകൾ കാത്തിരിപ്പുണ്ടന്നറിക നീ
വിടപറയേണ്ടതുണ്ടിനിയെൻ
പ്രിയതമയോടും പൈതങ്ങളോടും
ഇനിതനിയെ താണ്ടേണ്ടതുണ്ട് നീ
കാരമുൾനിറഞ്ഞ ജീവിതപാതകൾ
പടുകുഴികൾതീർത്ത് കാത്തിരിപ്പുണ്ട്
വികൃതികണ്ണുകൾ

നോട്ടം

പുതുപ്രതീക്ഷകൾ നിറഞ്ഞ സായന്ധനങ്ങൾ
ഇരുൾവന്ന് മിഴിമൂടുംമുൻപേ
ഒരുനോക്കുകാണുവാൻ
മനംകൊതിച്ച നിമിഷങ്ങൾ
പതിവുതെറ്റി പെയ്തമഴയിൽകൊഴിഞ്ഞ
പീതപുഷ്പങ്ങൾ
നിന്റെവരവ് വിളിച്ചോതി
പ്രണയിനീ നിന്നെ ഒരുനോക്കു കാണുവാൻ
അകലങ്ങളിൽ മിഴിനട്ടിരിപ്പൂ
പ്രതീക്ഷകൾഅസ്തമിച്ച മനസ്സുമായ്
ഒരു പിൻവിളിക്കായ്...

സങ്കടഹർജ്ജി

കറുത്ത മുഖപടമണിഞ്ഞദേവീ
നിനക്ക്പേരാണ് നീതി
മരിച്ച് വിഹായസിൽ നിൽപ്പൂഞാൻ
വിളിപ്പൂ നീയൊരുവേശ്യ
പണത്തിനും അധികാരങ്ങൾക്കും
മനസ്സ്ഇടറിയ നിന്നെ
കറുത്തവേഷമണിഞ്ഞ മനസ്സുകൾ
വളച്ചൊടിച്ചിന്നനീതി കാട്ടാൻ
അഴുക്ക്ചാലുകളിൽ നിന്നും
ദത്തെടുത്തു നീചൻമാരെ
അയച്ചുനീ സുഖവാസത്തിന്നായ്
കൽതുറങ്കിനുള്ളിൽ സുഖിപ്പാൻ
കടുത്തരോക്ഷംകൊണ്ടെൻ ആത്മാ
കരുത്തനല്ലന്നാലും
കരുത്തരായൊരു കുലമുണ്ടെനിക്ക്
പ്രാണൻഅറുത്ത് എടുത്തീടുവാൻ
വലിച്ചെറിഞ്ഞീടുക നിൻമുഖപടം
വെളിച്ചമേകീടുക നിൻമിഴികളിൽ
കരുത്താർജ്ജിച്ചീടണമിനിയും
കരുത്തരാണ് അധമൻമാർ

നെടുവീർപ്പ്

പ്രണയം വെളിപ്പെടുത്താത്ത മനസ്സുകൾ
മഴകാത്ത വേഴാമ്പലിനെപോലെയാണ്
വ്യർഥമോഹങ്ങൾ മനസ്സിലിട്ട് സ്വർണ്ണനൂലിനാൽ
സ്വപ്നങ്ങൾനെയ്ത ജന്മങ്ങൾ
കാലംതെറ്റി പെയ്തമഴപോലെ
മനസ്സ്അലസമായ് അലയുകയാണ്
വികാരങ്ങൾക്കടിമപ്പെട്ട പ്രണയത്തിന്
ചിതയൊരുക്കിയനാൾ
ചിന്തകൾ മദിച്ചകുയിലിനെപോൽ
പാറുകയാണ്
ചേക്കേറാൻ പുതിയതാവളങ്ങൾ
തേടിയുള്ളയാത്ര

ജാതകം

പ്രണയംനടിച്ചവൾ കൊഞ്ചി
നീയാണെന്റെ ലോകമെന്ന്
തിരക്കേറിയ ജീവിതവീഥിയിലും
പരസ്പരം കണ്ടുമുട്ടാൻ തിടുക്കം
കാട്ടിയിരുന്നകാലം ഇടവേളകൾ,
എന്നോടുള്ളപരിഭവം അവളുടെ
മിഴികളിൽ പ്രകടമായിരുന്നു
രാത്രിപകലുകളാക്കി സ്വപ്നങ്ങൾ
നെയ്തുകൂട്ടിയ മനസ്സിന്റെപിടപ്പ്
പണത്തിന്മേലൊരു പവിത്രമായ
പ്രണയവും നിലനിൽക്കില്ലെന്ന തിരിച്ചറിവ്
സുഖഭോഗങ്ങൾ തേടിപ്പോയ
മനസ്സുകൾക്ക്കൂട്ടിന്ന് ചേർച്ചയില്ലായ്മ
ജാതകദോഷം

സഖാവ്

കാരുണ്യത്തിന്റെ സഹനത്തിന്റെ
പോരാട്ടവീര്യം
ജനഹൃദയങ്ങളിൽ കാത്തു സൂക്ഷിച്ചവർ
പാടത്തു പണിതവനും
പല്ലക്കിലേറിയവനും
തമ്മിലുള്ള ദൂരംകുറച്ചവർ
വിശന്നുതളർന്നവന് അന്നമൂട്ടിയ
കനിവിന്റെകരസ്പർശം
ഫാസിസ്റ്റ് ശക്തികൾക്കെതിരെ
തീപന്തമായി ജ്വലിച്ചവർ
മരണത്തെ ജയിച്ചവർ

യാത്ര

പാപങ്ങൾക്കുള്ള പ്രതിഫലം
കാത്ത്കിടപ്പാണ്
ചെയ്തുകൂട്ടിയതും കൊന്നുകൂട്ടിയവരും
പ്രതികാരദാഹത്തോടെ കാത്തിരിപ്പാണ്
മനസ്സ് ഇരവ്പെയ്ത മഴയേറ്റുകുതിർന്ന
പകലുകൾ
ബലിക്കാക്കകൾ ഒരുപിടിവറ്റിനായ്
കലപിലകൂട്ടുന്ന ശബ്ദം
കാലന്റെവരവറിയിച്ച് ദൂരെ
കുളമ്പടിശബ്ദം കേൾക്കാം
ഇനിയെനിക്ക് യാത്രപോകാൻ നേരമായ്
കരഞ്ഞ്മടുത്ത മിഴികളൾക്ക്
പ്രതീക്ഷയേകി
ഇനിതിരികെവരില്ലെന്ന്
ഉറപ്പുള്ളയാത്ര

മനസ്സ്

നീ കറുത്തവളായതിനാലാവാം
നിന്നെഅവർ അകറ്റിനിർത്തിയത്
നിന്റെശബ്ദം അരോചകമായി
തോന്നിയപ്പോഴാവാം
അവർനിന്നെ ആട്ടിയോടിച്ചത്
ഇരുൾമൂടിയ മനസ്സുമായി സ്വാർഥതാൽപര്യങ്ങൾക്കായുള്ള
ഓട്ടപ്പാച്ചിലിൽ അവരറിഞ്ഞില്ല
നീ പ്രകൃതിക്കെത്ര പ്രിയപ്പെട്ടവളെന്ന്

കാഴ്ച

നിന്റെ ചോരയിറ്റിയമിഴികളിലും
വിശന്നൊട്ടിയവയറിലും അനാഥാലയത്തിന്റെ
ചില്ലിട്ട ജാലകങ്ങൾക്കപ്പുറത്തേക്ക്
മിഴിനട്ടിരിക്കും വൃദ്ധജനങ്ങളുടെ പ്രതീക്ഷയിലും
ഈശ്വരനെന്ന ദയ കണ്ടില്ല
സിറിയയിലും, തുർക്കിയിലും പ്രകൃതി
ക്ഷോഭത്തിൽതകർന്ന കെട്ടിടങ്ങൾക്കിടയിൽ
പൊലിഞ്ഞ പിഞ്ചുജീവനുകളുടെ
നിലവിളിശബ്ദത്തിലും കേട്ടില്ല ഈശ്വരനെന്ന ദയ
മുലകൊടുത്ത് തലവളർത്തിയ
ജന്മങ്ങൾക്ക്മുൻപിൽ
വിശപ്പിനുടുതുണിയഴിക്കുന്നവരുടെ കാഴ്ച
എവിടെപോയ് മറഞ്ഞു പരംപൊരുൾ
കലിയുഗത്തിലെ ഈശ്വരൻമാർക്ക്
തിമിരമാണത്ര.

മിഴികൾപറഞ്ഞത്

മരിച്ചുകിടക്കുമ്പോഴും അവന്റെ
തുറന്നമിഴികൾ വിളിച്ചു പറയുന്നുണ്ടായിരുന്നു
സ്വാർഥതക്കുവേണ്ടി നീയെന്നെ
തസ്കരനെന്ന് ചൊല്ലി തച്ചുകൊന്നു
എന്റെ മേനിയല്ലേ കറുത്തിരുന്നുള്ളു
മനസ്സ്പാലുപോലെ വെളുത്തതെന്ന്..

അപ്രതീക്ഷിതം

നിന്റെ മിഴികളിലെമൗനം
എന്നോടുള്ളപ്രണയം
വിളിച്ചോതുകയായിരുന്നോ
നിന്റെ ചുണ്ടിലെപുഞ്ചിരി
എന്റെ സ്വപ്നങ്ങൾക്ക്
വർണ്ണചിറകുകളേകി മറഞ്ഞു
ഇനി പുതിയപുലരികൾ
നമുക്കൊരുമിക്കാൻ വസന്തങ്ങൾ
തീർക്കുവനുള്ള തിടുക്കത്തിലാണ്
മടങ്ങിപ്പോകാം പാതിവഴിയിലുപേക്ഷിച്ച
നമ്മുടെ പ്രണയസ്വപ്നങ്ങളിലേക്ക്

കാറ്റ്

വാകമരംപൂത്തു പൂക്കൾപൊഴിക്കുമീ
പാതയോരങ്ങളിൽനിന്നു
പാതിപറയാൻ മറന്നപരിഭവമാകെയും
നീ മൊഴിഞ്ഞു എന്റെ മാനസമാകെയും
ആദ്യാനുരാഗത്തിൻ പ്രേമാക്ഷരങ്ങൾ നീകുറിച്ചു
പാതിമയങ്ങിയ നിൻമിഴിയിണകളിൽ
പാരിജാതപൂ വിടർന്നു
ഈവഴിയോരത്ത് വീശിടുംതെന്നലിൽ
നിന്റെകാർകൂന്തൽ ഉലഞ്ഞു..

മാരാമൺ

നദിയുടെ അഗാധഗർത്തങ്ങളെ
പുൽകുമ്പോഴും അവന്റെയുള്ളിൽ
പ്രതീക്ഷയുടെ നാമ്പ്തളിർത്തിരുന്നു
നദിയുടെഓളങ്ങളിൽ തണുപ്പിനെ
പുണർന്നു ശ്വാസംനിലക്കുമ്പോൾ
അവന്റെമനസ്സിൽ അമ്മയുടെ മുഖമായിരുന്നു
മിഴികൾക്ക് മുൻപിലൂടെശ്വാസം
കുമിളകളായിബഹിർഗമിക്കുമ്പോൾ
അവൻ ഈശ്വരന്റെസാന്നിധ്യം പ്രതീക്ഷിച്ചു
പ്രാണൻതിരിച്ചുപിടിക്കുവാൻ കഴിയാത്ത
മനസ്സിന്റെവിങ്ങൽ
ജീവിച്ച്കൊതിതീരാത്തൊരാത്മാവിന്റെ
തേങ്ങൽ അവിടെയെങ്ങും അലയടിച്ചു

ഉന്മാദം

അമ്മയാണെന്റെ പുണ്യം
പകരമൊന്നുമേകീടുവാനാവാത്ത സത്യം
നെഞ്ചിനുള്ളിൽ നൂറുകനവെരിയുമ്പോഴും
ചുണ്ടിൽ പുഞ്ചിരിതൂകിടും സ്നേഹാമൃതം
ലഹരി തിന്നുതീർത്തു എന്റെഹൃദയ വികാരങ്ങൾ
രക്തബന്ധങ്ങളെ ഭോഗിച്ചിടുന്നവൻ
പെറ്റമ്മയെക്കൊന്നു തള്ളീടുവോൻ
കൽതുറങ്കിൻ നാലുചുവരുകൾക്കുള്ളിൽ
ശിഷ്ടമാംജീവിതം പശ്ചാത്തപിച്ചു
ഇന്നഅഗ്നിയിൽ ആത്മാവ്ഹോമിച്ചൻ

ചോദ്യം

ആൾദൈവങ്ങൾ വാഴുംനാട്ടിൽ
കലിയുഗദേവിമാർ അലമുറയിട്ടു
എവിടെമർത്യായെൻ വാസസ്ഥലം
നീയെന്നെ തെരുവീഥിയിൽഭോഗിച്ചു
അസഭ്യവർഷംനടത്തി
എന്റെസുരക്ഷാ കവചങ്ങൾതകർത്തു
യുഗങ്ങളായ് നീപൂജിച്ച വടവൃക്ഷത്തിൻ
കടയറുത്തു
നീയെന്ന നിസഹായവസ്ഥയുടെ പേരോ
ഹിന്ദു
മതംവിറ്റു തിന്നുചീർത്ത മേലാളൻമാരെ
ഭയമാണെനിക്ക്
അധികാരസ്ഥാനങ്ങൾ കൈയ്യാളനുള്ള
തിടുക്കത്തിലാണവർ
യുഗങ്ങൾകാത്ത ദൈവങ്ങൾക്കേഴുന്നു
ഇനിയെന്റെ നാമം മുഹമ്മദെന്നോ ,
ഈശോയെന്നോ മാറ്റാം
അവരിലേഞാൻ ഒരുമയുടെസ്വരം കേൾപ്പത്

ജീവനം

ഒരിടത്ത് പുക ജീവനെടുക്കുന്നു
മറ്റൊരിടത്ത് പുഴയും
കല്ലടയാറിന്റെയാഴങ്ങൾ തേടി
മരണം പുൽകുമ്പോൾ
ഇവിടെയാകെ തണുത്തുറഞ്ഞിരിക്കുന്നു
പിഞ്ചുകുഞ്ഞുങ്ങളമ്മയുടെ
കാതിൽ മന്ത്രിച്ചു
പെറ്റിട്ടു അറുത്തുമാറ്റിയ പൊക്കിൾകൊടിബന്ധം
അകലാതിരിക്കാനാവാം
മരണത്തിലുംമക്കളെ സാരിതുമ്പിൽ
കെട്ടിനിർത്തിയത്
മധുരസ്വപ്നങ്ങളേകി ജീവിച്ച്കൊതിതീരാത്ത
ആത്മാക്കളെപടച്ച് ഭൂമിയിലേക്കയച്ച
ദൈവം പൊട്ടിച്ചിരിക്കുന്നു

ദുരന്തം

ബ്രഹ്മപുരം പുകയുകയാണ്
ജീവനുകൾ ശുദ്ധവായുവിനായി
പരക്കംപായുന്ന കാഴ്ച
പുഴകളെ നീ മലിനമാക്കി
പ്രളയമെന്ന മഹാവിപത്തിലൂടെ
കാലംനിന്നോട് മറുപടിപറഞ്ഞു
മതം വളർത്തിയമനുഷ്യന്
മദം കൊണ്ടുള്ളമരണം
ഇത് പ്രകൃതിയുടെപ്രതികാരത്തിന്റെ കഥ
പ്രതികരണശേഷി നഷ്ടപ്പെട്ടു
നാവിന് വിലങ്ങ്തീർത്ത് സാംസ്കാരികനായകർ
മനുഷ്യജീവന് പരിഗണനയില്ലാത്തനാട്ടിൽ
അടുത്തദുരന്തം കിഴക്കിന്റെവെനീസിൽ
എന്ന്ഓർമ്മിപ്പിക്കട്ടെ

പ്രതീക്ഷ

മനസേ നീ ഭ്രാന്തമായലയുക
ഈലോകത്തിന്റെ വാതിൽനിനക്കായ്
മലർക്കെതുറന്നിട്ടിരിക്കുന്നു
നീ കാടുംമേടും കാട്ടാറുകളും താണ്ടിവരിക
കാലമേ നീമടങ്ങിവരിക
ഇനിയെന്റെബാല്യം തിരികെനൽകുക
ജരാനരകൾബാധിച്ച് നീർവറ്റിയ മനസ്സുമായി
ഞാൻകാത്തിരിപ്പാണ്

നിന്റെവരവിനായ് ...

കരയുന്ന പെരിയാർ

മായക്കാഴ്ചകളിൽ മതിമറന്നമനുഷ്യാ
നീകാതോർക്ക
കേൾക്കുന്നുവോയെന്റെ ഹൃദയനൊമ്പരം
ഞാനാണ്പെരിയാർ
എനിക്കും പറയുവാനേറെയുണ്ട്
ഞാനാണ് ജീവന്റെതുടിപ്പാർന്നജലം
നീർത്തടങ്ങൾനികത്തി ശീതീകരണമുറികളിൽ
നീചേക്കേറി പരിഷ്കാരത്തിന്റെ
പ്ലാസ്റ്റിക്ക്കുപ്പികളിലാക്കി
നീയെന്നെ വിൽപ്പനചരക്കാക്കി
ഈ കൊടുംവേനലിൽ ഒരിറ്റുദാഹജലത്തിനായ്
പ്രാണനായ് കേണിടുംപക്ഷിമൃഗാദികൾ
നീയൊഴുക്കിയമാലിന്യത്താൽ ഞാൻ
ഇന്നുവിഷമയമായിരിക്കുന്നു
എന്റെയുള്ളിൽതുടിക്കും ജീവാംശം നഷ്ടമാവുന്നു
എന്നിലഭയംതേടിയ ജീവജാലങ്ങൾ
പിടഞ്ഞുവീഴുന്നു
പ്രകൃതിക്ക് കഴുമരംതീർത്തവർ
മനസ്സിൽകരുണയുടെ ലാഞ്ചനയില്ലാതെ
ഉൻമാദത്തിൽആറാടി മതിഭ്രമം പിടിപെട്ടവർ
ത്വരമൂത്തൊരുമൃഗം കേൾപ്പൂസരസമായ്
നിനക്ക്പേര് മനുഷ്യനെന്നോ ...?

അച്ഛൻ

മനസ്സിൽ സ്നേഹമൊളിപ്പിച്ച്
പുറമെ പരുക്കൻവേഷം കെട്ടിയാടിയോർ
കുഞ്ഞുമിഴികൾ നിറയുമ്പോൾ
മനസ്സിൽ സങ്കടംകടിച്ചമർത്തിയോർ
ജീവിതചക്രം തിരിക്കുവാൻ
വെയിലും ,മഴയും വകവെക്കാതെ
എല്ലുമുറിയെപണിയെടുത്തോർ
വിശപ്പെന്നവികാരത്തെ മുണ്ടുമുറുക്കി
ഉടുത്ത്തോൽപിച്ചവർ
വാർദ്ധക്യംതളർത്തിയ മനസ്സുകളെ
വിദ്യ അഭ്യാസമാക്കിയോർ
അനാഥാലയത്തിൽ നടതള്ളുമ്പോൾ
വിധിയെപഴിച്ചു ജീവിതംതള്ളിനീക്കിയോർ
ഏകാന്തതയിൽ പ്രതീക്ഷയുടെ പുതുപ്രകാശം
തേടിടുന്നോർ

കിഴക്കിന്റെ വെനീസ്
ഒരു നേർകാഴ്ച

അന്ധതബാധിച്ച നിയമവാഴ്ചക്ക്
മുൻപിൽ
തെരുവീഥിയിൽ സ്ത്രീത്വം
വിലപേശി വിൽക്കുന്നകാഴ്ച
ഇവിടെബന്ധങ്ങൾ ബന്ധനമറ്റ് പുകമറതേടുന്നു
പണവും ,ലഹരിയും മാതൃത്വത്തെ
തെരുവിൽഭോഗിക്കുന്നു നിശയെപ്രണയിച്ചവർ
ഇരുളിൻമുഖപടംഅണിഞ്ഞവർ
ചുവന്നതെരുവ് ലജ്ജിക്കുമാറ്
സുഖഭോഗങ്ങൾതേടുന്ന യുവത്വം
വിശപ്പിന്റെവിളി സഹിക്കവയ്യാതെ
ഒരുപിടിഅരികട്ടവനെ ക്രൂശിച്ചനാട്
സ്ത്രീവിമോചകർ ഉറക്കത്തിലാണ്
ഇവിടെസ്വർഗ്ഗമെന്ന് പാടിപുകഴ്ത്തിയ
കവിത്വമേ ലജ്ജിച്ചുതലതാഴ്ത്തുക
അനാഥബാല്യത്തെ സൃഷ്ടിച്ച് വലിച്ചെറിയുവാൻ
കുപ്പതൊടികളുള്ള നാട്
ദൈവത്തിന്റെ സ്വന്തംനാട്

അഖിലം

ചിന്തക്ക് മന്ദതയായപ്പോൾ
കവി കപിക്ക് തുല്ല്യമായനാട്
വൈലോപ്പള്ളിയുടെ വാഴക്കുല
ചങ്ങമ്പുഴക്ക് വിറ്റനാട്
സാംസ്കാരികവും സാഹിത്യവും
കരിചന്തകളിൽ തൂക്കിവിറ്റ പുരോഗമനവാദികളുടെ നാട്
ജോലിക്കും മാനത്തിനും
സംരക്ഷണവാദം ഉന്നയിച്ചനാട്
ജാതിയും നിറവും പാവപ്പെട്ടവർക്ക്
വിലങ്ങുതടിയായനാട്
പ്രതികരണശേഷിനഷ്ടമായ
ഒരു വലിയജനതയുള്ളനാട്
സത്യാന്വേഷികളെ തുറങ്കിലടച്ച നാട്

അനുരാഗം

നിൻമിഴികളിൽ
ആദ്യാനുരാഗത്തിന്റെ മലരമ്പുകൾ
നിന്റെപുഞ്ചിരിക്ക് അഴകേകിടാൻ
കവിളിൽമിന്നിമറഞ്ഞ് നുണകുഴികൾ
നിന്റെവരവറിയിച്ച കാൽകൊലുസിൻ നാദം
നിന്നെതഴുകിയത്തിയ തെന്നലിന്
കാച്ചെണ്ണയുടെ ഉൻമാദഗന്ധം
എന്റെപ്രണയം നിന്നിൽകുളിർമഴയായ്
പെയ്തനിമിഷങ്ങൾ
നെറുകയിൽ സിന്ദൂരംചാർത്തി
സ്വന്തമാക്കാനുള്ള വ്യർഥമോഹങ്ങൾ
മെയ്യഴകിനപ്പുറം മനസ്സെന്നസത്യത്തെ
പ്രണയിക്കാൻ പഠിപ്പിച്ചഅനുരാഗി

ഭ്രഷ്ട്

നിറത്തിന് അയിത്തം കൽപ്പിച്ച
തമ്പ്രാക്കൾക്ക്
നിശയിൽ കുളിരടക്കാൻ കൂട്ട്
പുലച്ചിയുടെ മാറിലെ ചൂട്

ഇര

പ്രണയമാണെനിക്കിന്ന് നിന്നോടെന്ന്
കളവ് പാതിമൊഴിഞ്ഞിടുംമുൻപ്
അരികിലായെന്റെ മാറത്ത് ചാഞ്ഞുടൽ
മിഴികളിൽവികാരം തുളുമ്പിടുന്ന
അരിയപെൺകുരുന്നാണു നീയെൻ ഇര
മൃദുലമാം നഗ്നമേനിയിലെൻവിരൽ
ചടുലവേഗങ്ങൾ തീർത്തിടുമ്പോൾ
അലസമായ് നിൻമനസ്സ് വികാരങ്ങൾക്കടിമയായ്
വിവേകം മറന്നൊരു അബലയാം
ബലിമൃഗം നീ

ഗുരുതി

പൂവിട്ട് ഗന്ധംപൊഴിച്ചിടുംമുൻപേ
പാതിവഴിയിൽ കൊഴിഞ്ഞപൂമൊട്ടേ
പാതിരവല്ല നിന്നോർമ്മകൾ ഭയക്കുന്ന
പാപികൾ ചിത്തഭ്രമത്തിന്നടിമകൾ
കാപട്യമെന്തന്നറിയാത്ത ചിത്തത്തെ
കാപാലികർ ചിന്തിയെറിഞ്ഞു തെരുവീഥിയിൽ
പ്രാണൻ പിടയുമ്പൊഴും നിന്റെരോദനം
കാമാന്ധരാം മർത്യർക്കുൻമാദമേകിടും
കാതുകൾക്കിമ്പമാം നാദം
ഈഉലകിലൊരു സ്ത്രീജന്മമായ് നീ പിറന്നതോ
വിധിയുടെകരങ്ങളിൽ ഒരുകളിപ്പാവയായ്
ജീവിതംഹോമിച്ചിടാൻ
ഇതുനിൻവിധിയെന്നുചൊല്ലി മിഴിനീരു തിർത്തിടാൻ
മകളെ നിനക്കായി ഞാനേകിടുന്നു
ഹൃദയനൊമ്പരത്തിൻ ബാഷ്പാഞ്ജലി

വാളയാറിൽ കെട്ടി തൂക്കിയ നീതി

നിയമം നിയമത്തോട് കളവെന്ന
ആയുധമേന്തി പോരാടുന്ന കാഴ്ച
വേഷവിധാനങ്ങൾ മനുഷ്യമനസ്സിൽ
വികാരത്തിൻവിത്ത്മുളക്കാൻ
വളമാവുന്ന കാലം
നിയമം അധികാരത്തിനു മുൻപിൽ
മുട്ടുമടക്കുമ്പോൾ നിലവിളികൾ
ഗദ്ഗദങ്ങളാവുന്നു
നിയമപാലകരുടെ കർത്തവ്യബോധം
നിറഞ്ഞമിഴികളിൽ ചിരിപടർത്തി
നിറമിഴികളോടെ നീതികാത്തൊരമ്മയുടെ
നിലവിളി കാത് തുളക്കുന്നു
കാണിക്ക നൽകിയ ഭക്തനെ കൈവിടാതെ
ദൈവം കാതും ,മിഴിയും പൂട്ടിയിരിക്കുന്നു

പിരിവ്

ആയിരംകോടി പിരിക്കണം
അന്നത്തെ അന്നത്തിന്
വകതേടുന്നവന്റെ കീശകീറണം
എതിർപ്പവനെ പദവികാട്ടി
മനസ്സിൽ ഭയമുളവാക്കണം
അവശരായവരെ നിയമവശങ്ങൾ
പറഞ്ഞ് വസൂലാക്കണം
ഉള്ളത് പിടിച്ചുപറിക്കണം
കള്ളന് കഞ്ഞിവെക്കണം
ഉള്ളതിൽ പങ്ക്പറ്റണം
നീതിയിൽ കളവ്കാട്ടണം
അബ്കാരി ദൈവങ്ങൾക്ക് പാദസേവ ചെയ്യണം
പുത്തൻ പണക്കാർക്ക് ശ്രുതിപാഠകരാവണം
കഷ്ടപ്പെടുന്നോരെ നട്ടംതിരിക്കണം
ഇഷ്ടപ്പെടുന്നോരെ വിട്ടുകളിക്കണം

വെറുപ്പ്

കളങ്കമില്ലാത്ത കുഞ്ഞുമനസ്സിലാദ്യമായി
പതിഞ്ഞ കുറ്റവാളിയുടെമുഖം
കാക്കിയണിഞ്ഞതായിരുന്നു
ചിലരിൽ നിർദ്ധാക്ഷണ്യത്തിന്റെ
അഹന്തയുടെ ആത്മസംതൃപ്തിനൽകിയ വേഷം
അച്ഛൻകൊണ്ടുവരുന്ന പലഹാരപൊതി കാത്തിരുന്ന
മകന്റെമുൻപിൽ അച്ഛന്റെ ജീവനില്ലാത്തശരീരം
വെള്ളപുതച്ച് ഉമ്മറത്ത് കിടത്തിയകാഴ്ച
പിഞ്ചുമനസ്സിൽ നിയമത്തോടുള്ള ഭയവും,
വിശ്വാസവും നഷ്ടപ്പെടുത്തി
പകയുടെ, പ്രതികാരത്തിന്റെ ചരിത്രമെഴുതി
കാലം കലികാലത്തിലെ കാക്കിക്കുള്ളിൽ
കലാപകാരികൾ നടനമാടുന്നു

മാതൃത്വം

മാതൃത്വം നിറങ്ങൾചാലിച്ചെഴുതിയ മനസ്സുകളിൽ
കാലം ഭീതിയുടെ രക്തവർണ്ണം തീർക്കുന്നു
ലാളിച്ചകൈകൾ കഴുത്തറക്കുമ്പോൾ
പിറന്ന ഗർഭപാത്രത്തെ ശപിച്ച ജന്മങ്ങൾ
മാതൃത്വം കളങ്കിതമാവുമ്പോൾ
ബാല്യംതെരുവിൽ വലിച്ചെറിയപ്പെടുന്നു
ഇവിടെ മാതൃത്വമൊരു ചോദ്യചിഹ്നം

അവൾ

കരളിലൊരു കനലായ് അവളെരിഞ്ഞു
കരിമുകിൽ കാടുകളിൽ അതുപടർന്നു
ഇരുളിൻ വെളിച്ചമായ് അവളുണർന്നു
പുനർജ്ജനി വേണ്ടന്നവൾശഠിച്ചു
ഇനി എന്റെ ജീവിത ശിഷ്ടങ്ങൾക്കെയും
ഇരുളറക്കുള്ളിലായ് കൂട്ടിവെക്കാം
ഇനി നല്ല പുലരികൾ പുലരില്ലെനിക്കായി
ഒരുനല്ല നിനവിനായ് കാത്തിരിക്കാം
കനിവ് തേടീടുന്നൊരെൻകൈകളിൽ
നോവിൻ കനവുകൾ ഇന്ന് നീ ഏകീടുകിൽ
പുഴുക്കൾ നുരച്ചു ദുഷിച്ചുജീർണിച്ചൊരു
മൃതംമായി മാറിടുന്നെൻ ഹൃദയം
നീർത്തടംവറ്റി വരണ്ടമിഴികളിൽ നാട്യമില്ല
ലാസ്യഭാവമില്ല ഭീതികരിനിഴലിച്ചാടിടും
മാതൃവാത്സല്യമാം ഭാവം ഒന്നുമാത്രം
ഒറ്റച്ചിലമ്പണിഞ്ഞു ശാപവാക്കിനാൽ
ആകുലം ചുട്ടൊരാ കണ്ണകിആയിടാം
കാമാന്ധരാം മർത്യാ നേത്രങ്ങളിൽ
ഭീതി വീഴ്ത്തിടും തീക്കനലായിജ്വലിച്ചിടാം

വാവ്

പിതൃക്കൾക്ക് ശ്രാദ്ധമൂട്ടി
മിഴിനീർ പൊഴിച്ചവനോട്
നീ മിഴിനീർ തൂവുവതെന്തേ ...?
മരണത്തെ ഭയമാണെനിക്ക്
മരണം തീരാദുഖങ്ങൾമാത്രം നൽകുന്നു.

നീ ഏത് കുലജാതൻ...?
ഞാൻ ഹൈന്ദവ കുലജാതൻ
മരണാനന്തര ജീവിതത്തിൽ
നീ വിശ്വസിക്കുന്നുവോ ...?
തീർച്ചയായും വിശ്വസിക്കുന്നു
മരണത്തിനു ശേഷം നീനിന്റെ
പ്രിയപ്പെട്ടവർക്കരികിലേക്കാണ്
പോകുന്നതെങ്കിൽ വ്യഥാ ദുഖമെന്തിന്...?
ഉത്തരം... മൗനം.

റെഡ് സല്യൂട്ട്

ഉച്ചനീചത്വങ്ങളില്ലിനി പാരിലായ്
സത്യധർമ്മങ്ങൾക്കായ് പൊരിത്തിടാൻ പോരുനീ
രക്തബിന്ദുക്കളാൽ തീർത്തൊരീചെങ്കൊടി
ശുഭ്രമാം നിൻകൈകളിലേന്തുവിൻ സഖാക്കളേ
ഒറ്റയല്ലയാരുമെന്ന നിത്യബോധത്തിൽ നാം
ഒത്തുചേർന്നീടണം ചെങ്കൊടി തണലിലായ്
ചേന്നനും ചെറുമനും വാണീടുംഭൂമിയിൽ
നേരിനായ് പൊരുതിടാൻ കൂട്ട് വേണമീ ചെങ്കൊടി
വിപ്ലവംവഴികാട്ടിടും ചെറുകൈകളിൽ കരുത്തേകുവാൻ
അക്രമമല്ല ഉദാത്തമിന്നു മർത്യ
സ്നേഹമാണെന്നറിയണം ...
വിണ്ണിലായ് ഉദിച്ചുനിൽക്കുമീ മണ്ണിലെരക്ത
താരകൾ ധീരരക്തസാക്ഷികൾ
നിങ്ങൾക്കേകിടുന്നു. അഭിവാദ്യങ്ങൾ ...
നിണമണിഞ്ഞപടവുകൾ അടിപതറാതെ
നീ കൊടിപിടിച്ചു ചുവടുവെച്ചുമുന്നേറണം
പോരിടുംരണഭൂമിയിൽ നിൻഗർജനം മുഴങ്ങണം
നിന്റെവാക്കുകൾ മനസിനുള്ളിൽ അഗ്നിയായ്പടരണം ...

ധീരരാം രക്തസാക്ഷികൾ
കൈയ്യിലേകിയ ചെങ്കൊടി
വാനിലായ് സ്നേഹദീപ്തമായ്പാറിടുന്നു
നോക്കുവിൻ ...

മനുഷ്യമനസ്സ്

ചക്കയെങ്കിൽ തുരന്നുനോക്കാം തമ്പ്രാ
പച്ചയാം മർത്യന്റെ ഹൃത്തറിഞ്ഞീടാൻ
മറ്റു മാർഗ്ഗങ്ങളില്ലാതെയൂഴിയിൽ
സ്തബ്ദരായ് നിൽപ്പൂ ശാസ്ത്രലോകം

മോക്ഷം

സർവ്വം ഉപേക്ഷിച്ചുള്ള യാത്ര
ആരോടുമില്ല എനിക്കു വിടപറയുവാൻ
ആരുമില്ല എനിക്കിന്ന് വിടയേകുവാൻ
ഇനിയെന്റെ പ്രാണന് മോക്ഷമേകീടുവാൻ
അലയുന്ന ദേഹിക്ക് ശാന്തിനൽകീടുവാൻ
ഉരിയരി വറ്റിച്ച് ബലിതർപ്പണം ചെയ്ത് ഉരുളകൾ
ബലി കാക്കകൾക്കേകുമോ

ചിന്ത

പ്രപഞ്ചമേ നീ സഹന സാക്ഷിപത്രം
നിന്റെ അന്തരാത്മാവിലുറങ്ങി കിടക്കുന്ന ചിന്തകൾ
തീക്കനലായി ജ്വലിക്കുന്നു
നീയിന്നൊരഗനിപർവ്വതമായ് പുകയുന്നു
കാലങ്ങളായി നീ മാറിൽ ചുമക്കും വിഴുപ്പുഭാണ്ഢങ്ങളെൻ
തോളിലേറ്റീടുന്നു
ഭാരങ്ങൾ പേറിയിനി കാതങ്ങൾ താണ്ടുവാൻ
ഊന്നുവടി ഇന്നെന്റെ കൈകളിലേകുന്നു
ഇനിയെത്ര ദൂരമീകൊടുംവേനലിൽ ഭാണ്ഡവും പേറി ഞാൻ
താണ്ടേണ്ടതുണ്ടിനി
ഓർമ്മകൾ മാഞ്ഞിടുന്നു എന്റെ ദേഹി തളർന്നിടുന്നു
ഒരു തുള്ളി കുടിനീരിനായി ഞാൻ തിരയുന്നു
മിഴികളോ അന്ധകാര ചുഴിയിലമരുന്നു .

പ്രതിധ്വനി

കാത്തിരിപ്പാണ് ഞാനെൻ സഖാവിനെ
കാത്തിരിപ്പിന്നു ഞാനെന്റെ തോഴനെ
വിപ്ലവത്തിൻ കനൽനെഞ്ചിലൂതി അഗ്നിയായ്
സ്ഫുരിക്കുന്നൊരെൻ സൂര്യനെ
നിണമുണ്ട് വരണ്ട നെൽപ്പാടങ്ങൾ
കനവുണ്ട് വിതച്ച ജൻമങ്ങൾ തൻ
ചുടുരക്തം കുടിച്ചു നടമാടിടും
കലികാലജന്മങ്ങൾ ജൻമിത്വങ്ങൾ
പണ്ട് നങ്ങേലി ഛേദിച്ചെറിഞ്ഞ
മുല കൊണ്ടു വിപ്ലവത്തിൻ പോർമുഖങ്ങൾ
ചിന്തിടുന്നു നിണം ഈ നിലങ്ങളിൽ
നേടിടാനായ് സമത്വ സ്വാതന്ത്ര്യം
ഈ തുലാമഴ പെയ്തൊഴിഞ്ഞീടുമ്പോൾ
ചേമ്പിലകുട കൈകളിലേന്തി
അന്ന് നാം ചേർന്നിരുന്നൊരാ നടവരമ്പ്
ഇന്നെൻ ഓർമ്മയിൽ ഒരു കുഞ്ഞ്നോവായി
നിന്റെ ഓർമ്മകൾ തിങ്ങും പ്രഭാതങ്ങൾ
വർണ്ണസ്വപ്നത്തിൻ സുന്ദരനിമിഷങ്ങൾ
അന്ന് നാംകണ്ട സ്വപ്നത്തിലെവിടെയും
അഗ്നിപുഷ്പങ്ങൾ പൂത്തുതളിർത്തു
രക്തഹാരങ്ങൾ തീർത്തീടുവാനായി ചക്രവാളം
ചുവന്നുതുടുത്തു കാത്കൂർപ്പിക്ക കേൾക്ക നീ
നൊമ്പരം പ്രാണനേകി മറഞ്ഞ സഖാക്കൾതൻ
ത്യാഗമാണിന്നു നാം കൊയ്തെടുത്തിടും
ഈവയലുകൾ ചെങ്കനൽ കതിരുകൾ

മഹത്വം

മദ്യത്തിനും മദിരാക്ഷിക്കും
സ്തുതി പാഠകരുള്ള ലോകത്ത്
മരണമേ നീയെന്നെ പുണരുമ്പോൾ
മാലോകർ ഞാൻ മഹത്വമുള്ളവനെന്നു വാഴ്ത്തും